I0457665

Ang Halik Ko ay hindi magmimintis

Lesley Rieland

Inilarawan ni **Mirela Tufan**

Ang Halik Ko ay hindi magmimintis
Isinulat ni Lesley Rieland
Inilarawan ni Mirela Tufan
Isinalin ni Mark Anthony Grande

Ikalawang Edisyon

Lahat ng karapatan ay itinalaga, kabilang ang kara-
patan ng pagpaparami
nang buo o bahagi sa anumang anyo.

Inilathala ni Seraph Creative 2023
ISBN: 978-1-958997-24-6

Malapit na ang gabi.
Ang araw ay hindi maaring manatili.

Magpahinga ka na, Mahal ko.
Huwag nang tumalilis!

Bago magtakip silim,
Maghahatid parin ako
ng halik kahit papano.

Oo... kung hindi kita
mahuli para sa isang halik,
Ako ay iihip ng isang halik
na hindi magmimintis.

Sa taniman ng mga bulaklak
sa tabi ng asul na batis

Hahanapin ka ng aking halik sa iyong panaginip.

Sa kumot na gawa sa
tapis ng mga natuklap na niyebe.
Dadatnan ka ng halik na
magpapainit sa iyong mukha.

Kung hindi kita mahuli sa isang halik,
Ako ay iihip ng isang halik
at hindi ito magmimintis.

Maaaring itago ka ng mga ulap sa langit
Ngunit dapat mong malaman,
lumilipad ang aking mga halik.

Kung hindi kita mahuli sa isang halik,
Ako ay iihip ng isang halik
at hindi ito magmimintis.

Kung matatagpuan sa
isang maaliwalas na yungib,

O nakatulog sa banayad na alon,

Kung sa ilalim ng karagatan
ikaw ay tulog

Hahanapin ka ng aking
halik sa kaibuturan.

Higit pa sa ginintuang
buhangin ng baybayin.

Ang aking halik ay hahanap sa buong lupain.

Ang aking halik ay aakyat
sa tuktok ng mga bundok.
Sumasakay ito sa hangin ng walang humpay.

Hindi mahalaga kung nasaan ka
Ipaparating ko ang bugso
ng halik doon sa malayo.

Kaya humiga ka ng marahan sa iyong kama. Isara ang iyong mga mata at ipahinga ang iyong ulo.

Pagsalya ngayon. Nawawala na ang ilaw.
Ngayon sa iyong panaginip sa buong gabi...

Iadya ng Panginoon ang kanyang
halik ng magandang gabi.